Impressum
Verlag: BABADADA GmbH, Nedderfeld 112 , 22529 Hamburg
Geschäftsführer / Verlagsleitung: Harald Hof
Druck: Books on Demand GmbH, In de Tarpen 42, 22848 Norderstedt

Imprint
Publisher: BABADADA GmbH, Nedderfeld 112 , 22529 Hamburg, Germany
Managing Director / Publishing direction: Harald Hof
Print: Books on Demand GmbH, In de Tarpen 42, 22848 Norderstedt

school
โรงเรียน

klaslokaal
ห้องเรียน
delen
หาร
186/2
bord
กระดาน
speelplaats
สนามโรงเรียน
leerkracht
ครู
papier
กระดาษ
schrijven
เขียน
pen
ปากกา
bureau
โต๊ะทำงาน
liniaal
ไม้บรรทัด
boek
หนังสือ
leerling
นักเรียน

schooltas
กระเป๋าหนังสือ

pennenzak
กล่องดินสอ

potlood
ดินสอ

puntenslijper
กบเหลาดินสอ

gom
ยางลบ

tekenblok
สมุดวาดภาพ

tekening

ภาพวาด

verfborstel

พู่กัน

verfdoos

กล่องสี

schaar

กรรไกร

lijm

กาว

werkboek

สมุดแบบฝึกหัด

huiswerk

การบ้าน

nummer

ตัวเลข

optellen

บวก

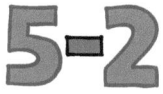

aftrekken

ลบ

vermenigvuldigen

คูณ

rekenen

คำนวณ

letter

ตัวอักษร

alfabet

อักษรพยัญชนะ

woord

คำ

tekst

ข้อความ

Lezen

อ่าน

krijt

ชอล์ก

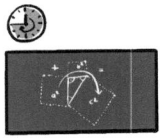

les

บทเรียน

klassenboek

ลงทะเบียน

examen

การสอบ

certificaat

ใบรับรอง

schooluniform

ชุดนักเรียน

onderwijs

การศึกษา

encyclopedie

สารานุกรม

universiteit

มหาวิทยาลัย

microscoop

กล้องจุลทรรศน์

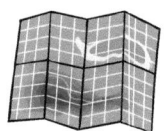

kaart

แผนที่

papiermand

ตะกร้าใส่เศษกระดาษที่ไม่ใช้แล้ว

hotel
โรงแรม

Grand

jeugdherberg
โฮสเทล

ROOMS

wisselkantoor
สำนักงานแลกเปลี่ยนเงินตรา

EXCHANGE

koffer
กระเป๋าเดินทาง

auto
รถยนต์

Taal

ภาษา

ja / nee

ใช่/ไม่ใช่

oké

ตกลง

hallo

สวัสดี

vertaler

นักแปล

bedankt

ขอบคุณ

Hoeveel kost …?
....
ราคาเท่าไหร่..?

Ik begrijp het niet
....
ฉันไม่เข้าใจ

probleem
....
ปัญหา

Goedenavond!
....
สวัสดีตอนเย็น

Goedemorgen!
....
สวัสดีตอนเช้า

Goedenavond!
....
ราตรีสวัสดิ์

Tot ziens
....
แล้วพบกันใหม่

richting
....
ทิศทาง

bagage
....
กระเป๋าเดินทาง

zak
....
กระเป๋า

rugzak
....
กระเป๋าสะพายหลัง

gast
....
แขก

kamer
....
ห้อง

slaapzak
....
ถุงนอน

tent
....
เต้นท์

6 reis - การท่องเที่ยว

toeristeninformatie

ข้อมูลนักท่องเที่ยว

strand

ชายหาด

kredietkaart

บัตรเครดิต

ontbijt

มื้อเช้า

lunch

มื้อกลางวัน

avondeten

มื้อเย็น

ticket

ตั๋ว

lift

ลิฟต์

postzegel

แสตมป์

grens

พรมแดน

douane

ภาษีศุลกากร

ambassade

สถานทูต

visum

วีซ่า

paspoort

พาสปอร์ต

transport
ขนส่ง

vliegtuig
เครื่องบิน
schip
เรือใหญ่
brandweerwagen
รถดับเพลิง
bus
รถโดยสารปร
vrachtwagen
รถบรรทุก
motorboot
เรือยนต์
fiets
จักรยาน/จักรยานยนต์
auto
รถยนต์

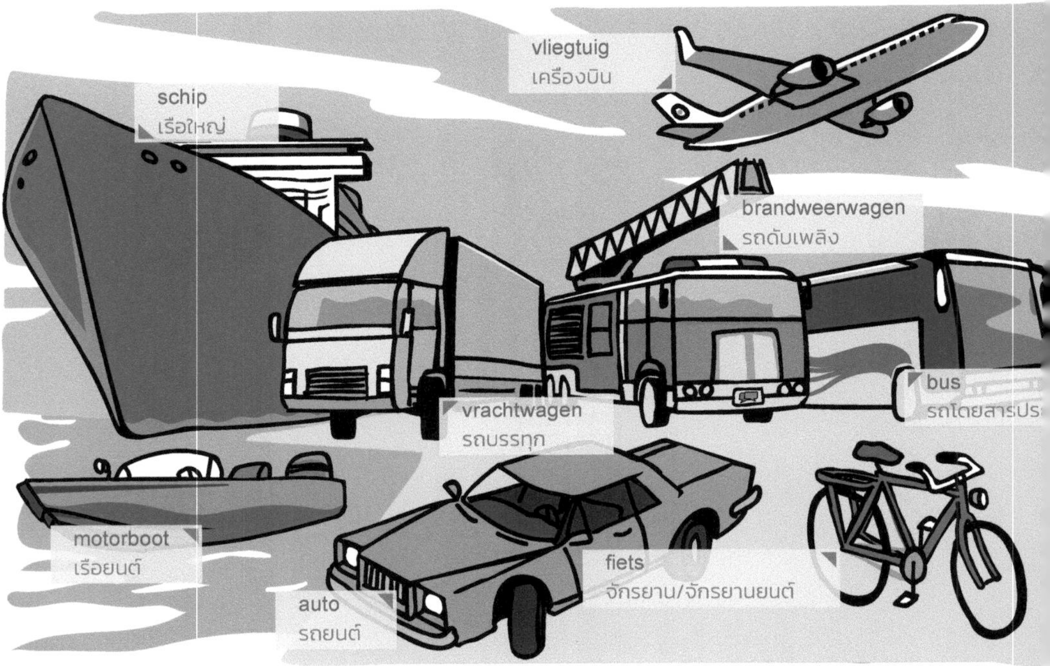

veerboot
เรือข้ามฟาก

boot
เรือ

motor
รถจักรยานยนต์

politiewagen
รถตำรวจ

racewagen
รถแข่ง

huurauto
รถเช่า

carpoolen

การแบ่งกันใช้รถยนต์

sleepwagen

รถลาก

vuilniswagen

รถขยะ

motor

เครื่องยนต์

benzine

เชื้อเพลิง

benzinestation

ปั๊มน้ำมัน

verkeersbord

เครื่องหมายจราจร

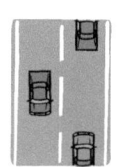

verkeer

การจราจร

file

การจราจรติดขัด

parkeerplaats

ที่จอดรถ

station

สถานีรถไฟ

sporen

รางรถไฟ

trein

รถไฟ

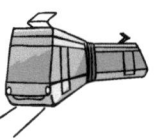

tram

รถราง

wagon

ตู้รถไฟ

helikopter

เฮลิคอปเตอร์

luchthaven

สนามบิน

toren

หอคอย

passagier

ผู้โดยสาร

container

ตู้บรรจุสินค้า

karton

กล่องกระดาษ

kar

รถเข็น/รถลาก

mand

ตะกร้า

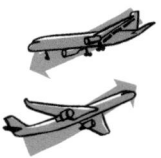

opstijgen / landen

บินขึ้น/ ลงจอด

stad
เมือง

dorp

หมู่บ้าน

stadscentrum

ใจกลางเมือง

huis

บ้าน

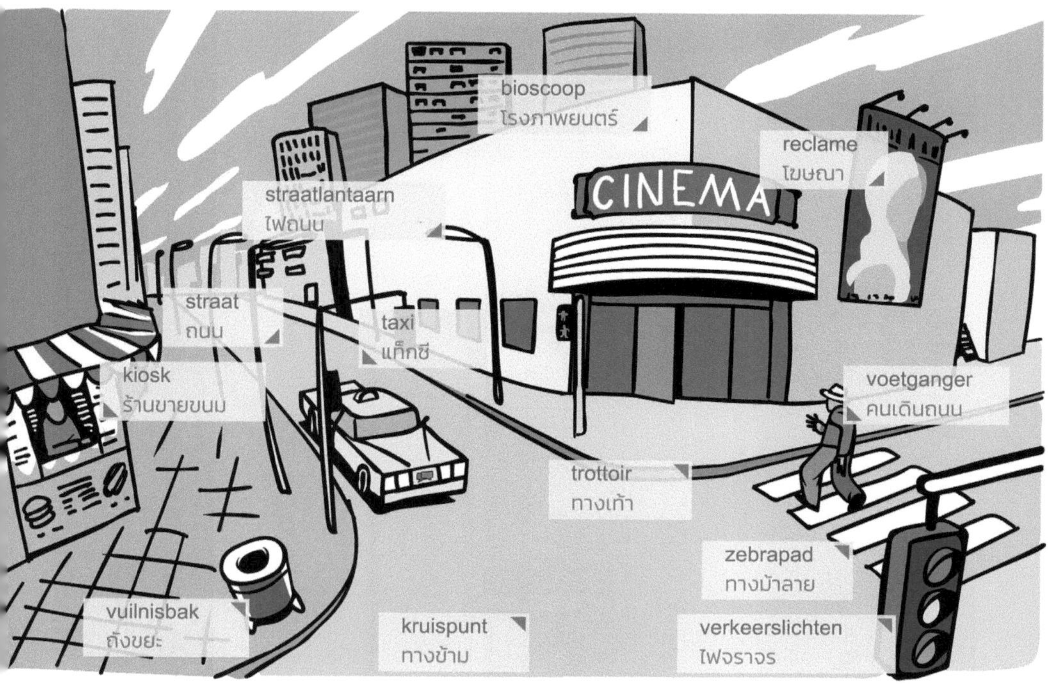
bioscoop
โรงภาพยนตร์
reclame
โฆษณา
CINEMA
straatlantaarn
ไฟถนน
straat
ถนน
taxi
แท็กซี่
kiosk
ร้านขายขนม
voetganger
คนเดินถนน
trottoir
ทางเท้า
zebrapad
ทางม้าลาย
vuilnisbak
ถังขยะ
kruispunt
ทางข้าม
verkeerslichten
ไฟจราจร

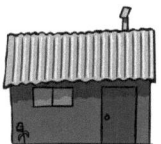

hut

กระท่อม

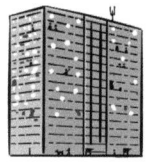

woning

แฟลต

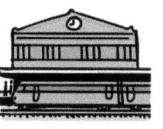

station

สถานีรถไฟ

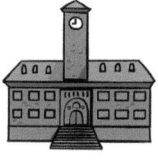

stadshuis

ศาลากลางจังหวัด

MUSEUM

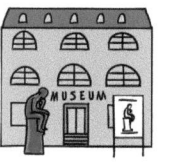

museum

พิพิธภัณฑ์

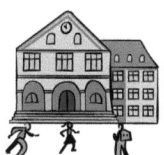

school

โรงเรียน

universiteit

มหาวิทยาลัย

bank

ธนาคาร

ziekenhuis

โรงพยาบาล

hotel

โรงแรม

apotheek

ร้านขายยา

kantoor

สำนักงาน

boekwinkel

ร้านขายหนังสือ

winkel

ร้านค้า

bloemenwinkel

ร้านขายดอกไม้

supermarkt

ซูเปอร์มาร์เก็ต

markt

ตลาด

warenhuis

ห้างสรรพสินค้า

vishandelaar

ร้านขายปลา

winkelcentrum

ศูนย์การค้า

haven

ท่าเรือ

park

สวนสาธารณะ

bank

ม้านั่ง

brug

สะพาน

trap

บันได

metro

รถไฟใต้ดิน

tunnel

อุโมงค์

bushalte

ป้ายรถเมล์

bar

บาร์

restaurant

ร้านอาหาร

brievenbus

ตู้ไปรษณีย์

straatnaambord

ป้ายชื่อถนน

parkeermeter

มิเตอร์เก็บค่าจอดรถ

zoo

สวนสัตว์

zwembad

สระว่ายน้ำ

moskee

สุเหร่า/มัสยิด

boerderij
ฟาร์ม

milieuverontreiniging
มลพิษ

kerkhof
สุสาน

kerk
โบสถ์

speelplaats
สนามเด็กเล่น

tempel
วัด

landschap
ภูมิประเทศ

blad
ใบไม้

wegwijzer
ป้ายบอกทาง

weg
ทาง

weide
ทุ่งหญ้า

steen
ก้อนหิน

boom
ต้นไม้

wandelaar
นักเดินทางไกลด้วยเท้า

rivier
แม่น้ำ

gras
หญ้า

bloem
ดอกไม้

vallei

หุบเขา

heuvel

เนินเขา

meer

ทะเลสาบ

bos

ป่า

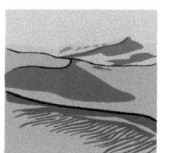

woestijn

ทะเลทราย

vulkaan

ภูเขาไฟ

kasteel

คฤหาสน์

regenboog

รุ้งกินน้ำ

paddenstoel

เห็ด

palmboom

ต้นปาล์ม

mug

ยุง

vlieg

แมลงวัน

mier

มด

bijl

ผึ้ง

spin

แมงมุม

kever

แมลงปีกแข็ง

kikker

กบ

eekhoorn

กระรอก

egel

เม่น

haas

กระต่ายป่า

uil

นกฮูก

vogel

นก

zwaan

หงส์

wild zwijn

หมูป่าตัวผู้

hert

กวาง

eland

กวางมูส

dam

เขื่อน

windturbine

กังหันลม

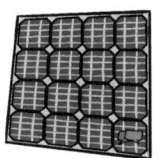

zonnepaneel

แผงโซล่าเซลล์

klimaat

สภาพอากาศ

restaurant
ร้านอาหาร

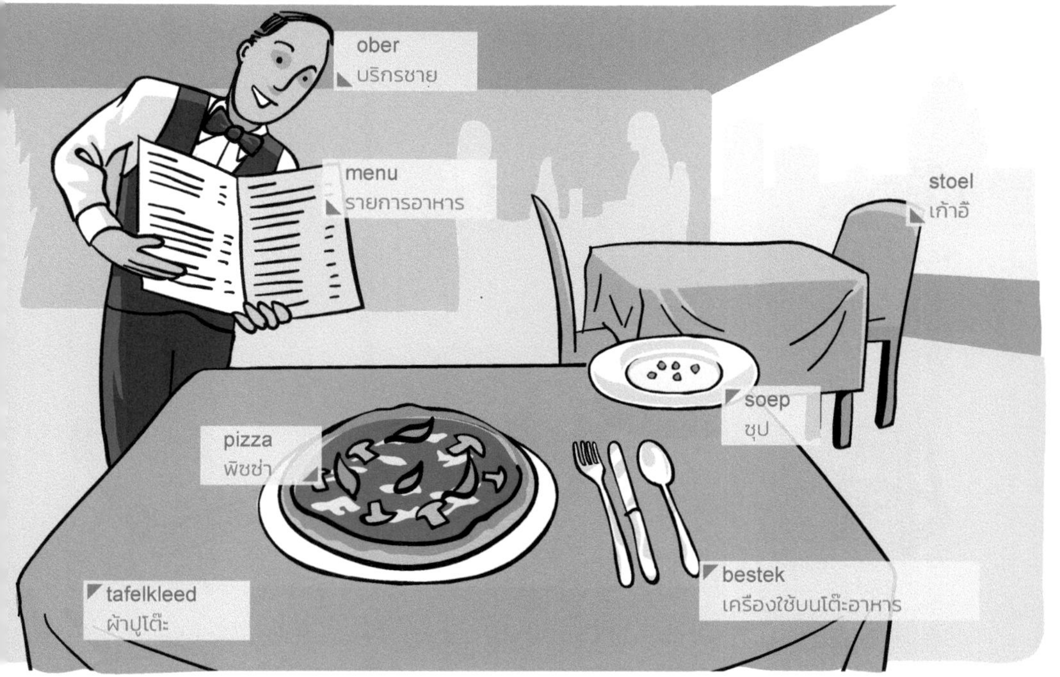

ober
บริกรชาย
menu
รายการอาหาร
stoel
เก้าอี้
soep
ซุป
pizza
พิซซ่า
bestek
เครื่องใช้บนโต๊ะอาหาร
tafelkleed
ผ้าปูโต๊ะ

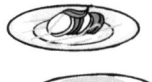

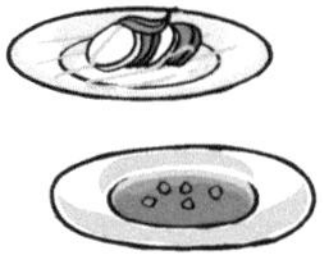

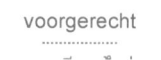

voorgerecht

อาหารเรียกน้ำย่อย

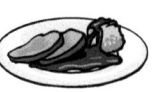

hoofdgerecht

อาหารจานหลัก

nagerecht

ของหวาน

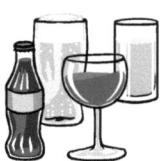

drankjes

เครื่องดื่ม

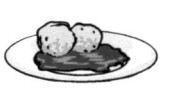

eten

อาหาร

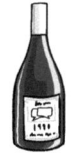

fles

ขวด

fastfood

อาหารจานด่วน

street food

ร้านข้างถนน

theepot

กาน้ำชา

suikerpot

โถใส่น้ำตาล

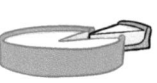

portie

ส่วนแบ่งอาหารสำหรับหนึ่งคน

espressomachine

เครื่องชงกาแฟเอสเปรสโซ่

kinderstoel

เก้าอี้สูง

rekening

ใบเสร็จ

dienblad

ถาด

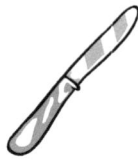

mes

มีด

vork

ส้อม

lepel

ช้อน

theelepel

ช้อนชา

serviette

ผ้าเช็ดปากบนโต๊ะอาหาร

glas

แก้วน้ำ

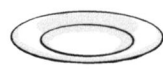

bord
จาน

soepbord
จานซุป

schoteltje
จานรอง

saus
ซอส

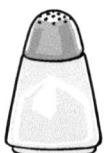

zoutvatje
กระปุกเกลือ

pepermolen
กระปุกบดพริกไทย

azijn
น้ำส้มสายชู

olie
น้ำมันที่ใช้ปรุงอาหาร

kruiden
เครื่องเทศ

ketchup
ซอสมะเขือเทศ

mosterd
มัสตาร์ด

mayonaise
มายองเนส

supermarkt
ซูเปอร์มาร์เก็ต

ข้อเสนอพิเศษ
FOR
klant
ลูกค้า
zuivelproducten
ผลิตภัณฑ์ที่ทำจากนม
fruit
ผลไม้
winkelwagen
รถเข็น

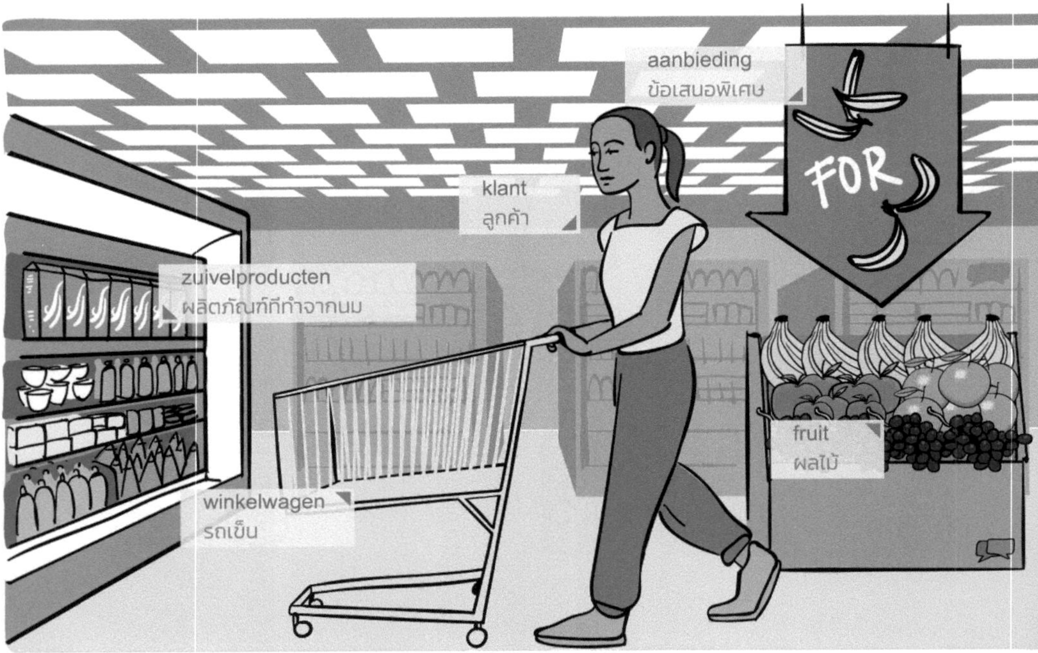

slagerij

ร้านขายเนื้อ

bakkerij

ร้านขายขนมปัง

wegen

ชั่งน้ำหนัก

groenten

ผัก

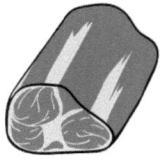

vlees

เนื้อ

diepvriesvoedsel

อาหารแช่แข็ง

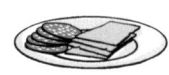

charcuterie
อาหารเนื้อตัดเย็น

conserven
อาหารกระป๋อง

waspoeder
ผงซักฟอก

snoep
ขนมหวาน/ลูกกวาด

huishoudproducten
ผลิตภัณฑ์ในครัวเรือน

schoonmaakproducten
ผลิตภัณฑ์ทำความสะอาด

verkoopster
พนักงานขายหญิง

kassa
เครื่องคิดเงิน

kassier
พนักงานจ่ายเงิน

boodschappenlijstje
รายการซื้อของ

openingstijden
เวลาเปิดทำการ

portefeuille
กระเป๋าสตางค์

kredietkaart
บัตรเครดิต

tas
กระเป๋า

plastieken zakje
ถุงพลาสติก

drankjes

เครื่องดื่ม

water

น้ำเปล่า

sap

น้ำผลไม้

melk

นม

cola

โค้ก

wijn

ไวน์

bier

เบียร์

alcohol

แอลกอฮอล์

cacao

โกโก้

thee

ชา

koffie

กาแฟ

espresso

เอสเปรสโซ่

cappuccino

คาปูชิโน่

eten
อาหาร

banaan

กล้วย

appel

แอปเปิ้ล

sinaasappel

ส้ม

meloen

เมลอน

citroen

มะนาว

wortel

แครอท

knoflook

กระเทียม

bamboe

ต้นไผ่

ajuin

หัวหอม

champignon

เห็ด

noten

ถั่ว

noodles

ก๋วยเตี๋ยว

spaghetti

สปาเก็ตตี

rijst

ข้าว

salade

สลัด

frieten

มันฝรั่งทอด

gebakken aardappelen

มันฝรั่งทอด

pizza

พิซซ่า

hamburger

แฮมเบอร์เกอร์

sandwich

แซนด์วิช

kalfslapje

ชิ้นเนื้อไร้กระดูก

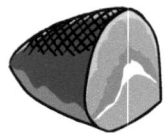

ham

แฮม

salami

ไส้กรอกแห้งซาลามิ

worst

ไส้กรอก

kip

ไก่

braden

ย่าง/ปิ้ง

vis

ปลา

havervlokken
โจ๊กข้าวโอ๊ต

muesli
ธัญพืชอบกรอบ

cornflakes
คอร์นเฟล็ค

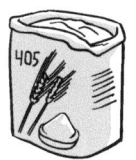

bloem
แป้งทำอาหาร

croissant
ครัวซองค์

pistolet
ขนมปังสโคน

brood
ขนมปัง

toast
ขนมปังปิ้ง

koekjes
บิสกิต

boter
เนย

kwark
นมข้น

taart
เค้ก

ei
ไข่

spiegelei
ไข่ดาว

kaas
ชีส

ijs

ไอศกรีม

suiker

น้ำตาล

honing

น้ำผึ้ง

confituur

แยม

choco

ช็อกโกแลตครีมสเปรด

curry

แกงกะหรี่

eten - อาหาร

boerderij

ฟาร์ม

บ้านไร่
schuur
ยุ้งฉาง
strobaal
veld
ทุ่งนา
paard
ม้า
aanhangwagen
รถพ่วง
tractor
รถแทรกเตอร์
veulen
ลูกม้า
ezel
ลา
schaap
แพะ
lam
ลูกแกะ

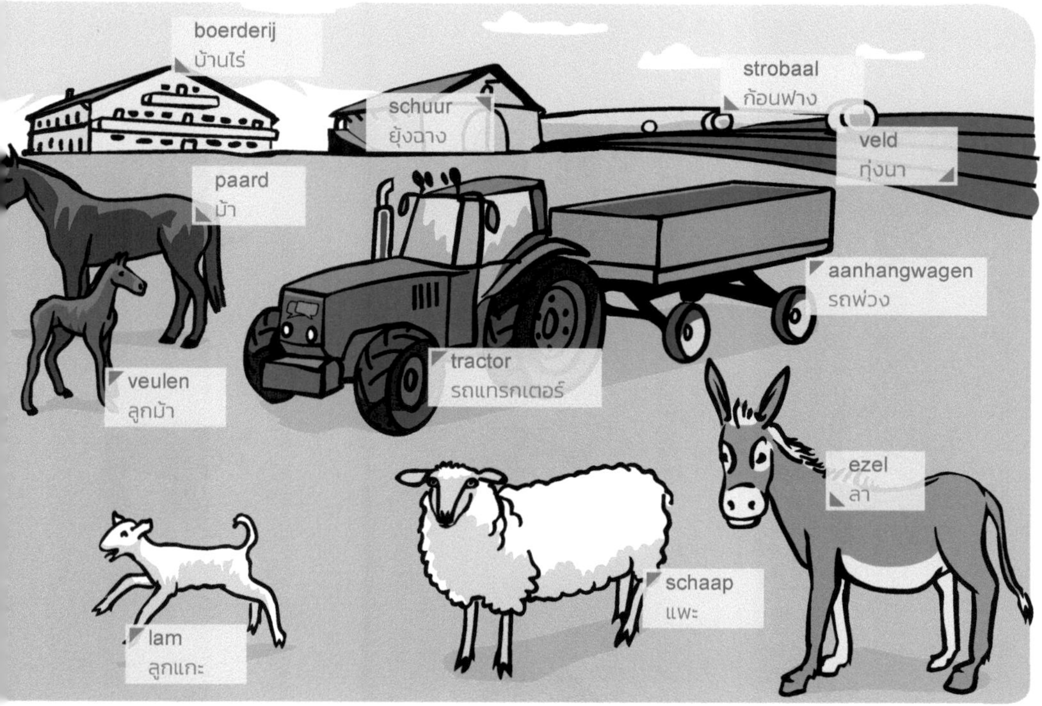

geit
แพะ

koe
วัวตัวเมีย

kalf
ลูกวัว

varken
หมู

biggetje
ลูกหมู

stier
วัวตัวผู้

gans

ห่าน

eend

เป็ด

kuiken

ลูกไก่

kip

แม่ไก่

haan

ไก่ตัวผู้

rat

หนู

kat

แมว

muis

หนู

os

วัวตัวผู้สำหรับใช้แรงงานในฟาร์ม

hond

สุนัข

hondenhok

บ้านสุนัข

tuinslang

สายยางที่ใช้ในสวน

gieter

บัวรดน้ำต้นไม้

zeis

เคียวด้ามยาว

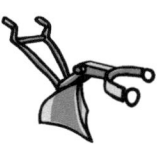

ploeg

คันไถ

sikkel

เคียว

schoffel

จอบ

hooivork

คราด

bijl

ค้อน

kruiwagen

รถเข็นล้อเดียว

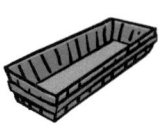

trog

รางน้ำ

melkkan

ถังใส่นม

zak

กระสอบ

hek

รั้ว

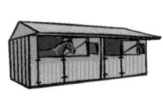

stal

คอกม้า

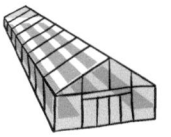

broeikas

เรือนกระจก

bodem

ดิน

zaad

เมล็ดพืช

mest

ปุ๋ย

maaidorser

เครื่องเกี่ยวนวดข้าว

oogsten

เก็บเกียว

oogst

การเก็บเกียว

yam

มันเทศ

tarwe

ข้าวสาลี

soja

ถั่วเหลือง

aardappel

มันฝรั่ง

maïs

ข้าวโพด

koolzaad

ดอกเรพซีด

fruitboom

ต้นไม้ที่ออกผล

maniok

มันสำปะหลัง

graan

ธัญพืช

huis
บ้าน

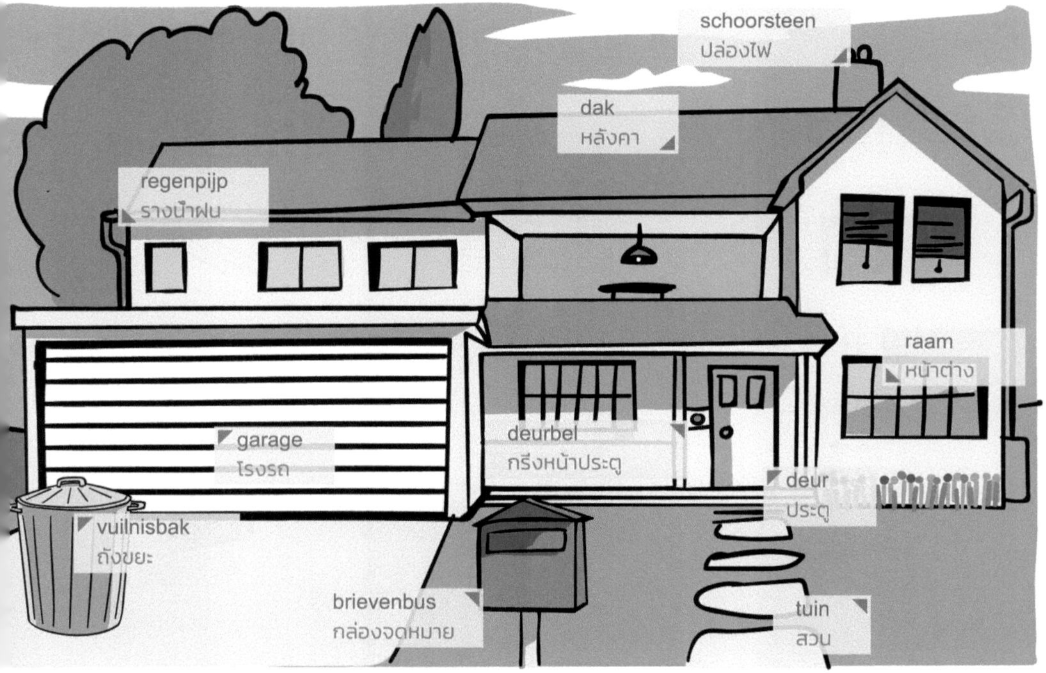
schoorsteen
ปล่องไฟ
dak
หลังคา
regenpijp
รางน้ำฝน
raam
หน้าต่าง
garage
โรงรถ
deurbel
กริ่งหน้าประตู
deur
ประตู
vuilnisbak
ถังขยะ
brievenbus
กล่องจดหมาย
tuin
สวน

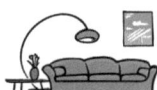

woonkamer

ห้องนั่งเล่น

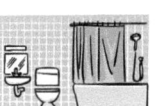

badkamer

ห้องน้ำ

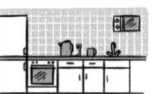

keuken

ห้องครัว

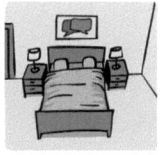

slaapkamer

ห้องนอน

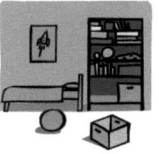

kinderkamer

ห้องพักสำหรับเด็ก

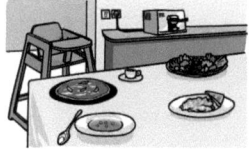

eetkamer

ห้องอาหาร

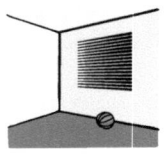

vloer

พื้น

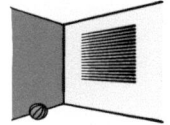

muur

ผนัง

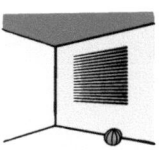

plafond

เพดาน

kelder

ห้องเก็บของใต้ดิน

sauna

ซาวน่า

balkon

ระเบียง

terras

ลานตะพักลำน้ำ

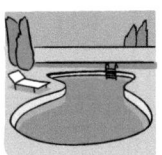

zwembad

สระว่ายน้ำ

grasmaaier

เครื่องตัดหญ้า

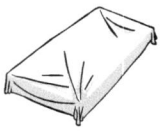

dekbedovertrek

ผ้าปูทีนอน

dekbed

ผ้าคลุมเตียง

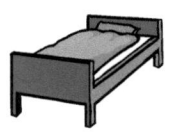

bed

เตียง

bezem

ไม้กวาด

emmer

ถังน้ำ

schakelaar

สวิตซ์

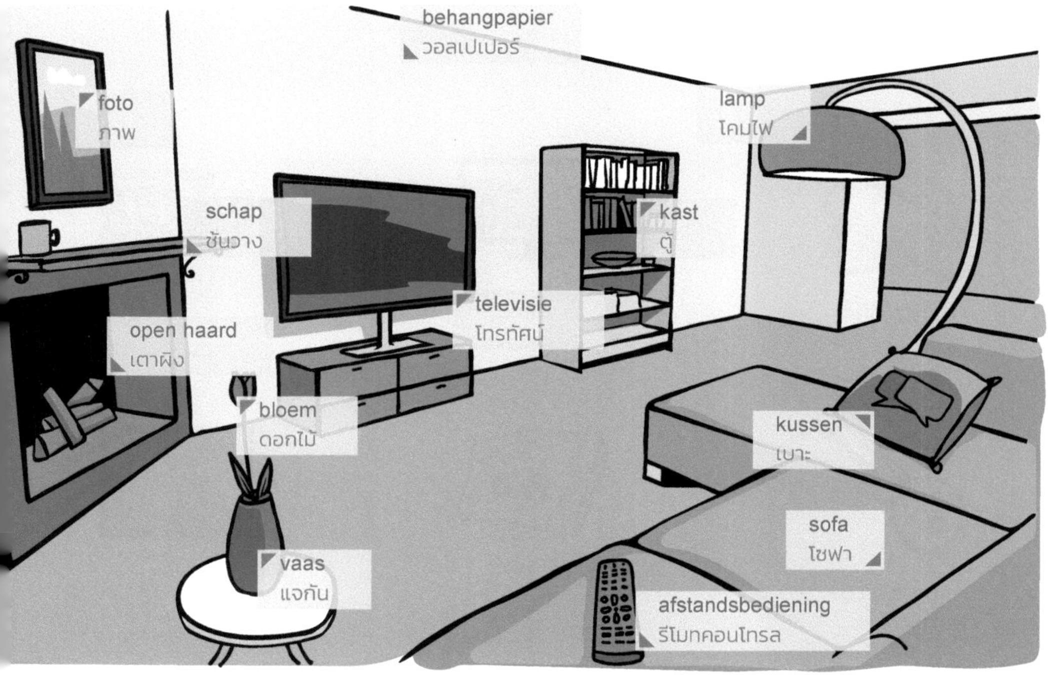

behangpapier
วอลเปเปอร์

foto
ภาพ

lamp
โคมไฟ

schap
ชั้นวาง

kast
ตู้

open haard
เตาผิง

televisie
โทรทัศน์

bloem
ดอกไม้

kussen
เบาะ

sofa
โซฟา

vaas
แจกัน

afstandsbediening
รีโมทคอนโทรล

mat

พรมเช็ดเท้า

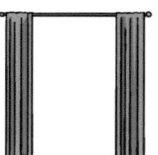

gordijn

ผ้าม่าน

tafel

โต๊ะ

stoel

เก้าอี้

schommelstoel

เก้าอี้โยก

fauteuil

เก้าอี้ที่มีที่วางแขน

boek

หนังสือ

deken

ผ้าห่ม

decoratie

ของตกแต่ง

brandhout

ฟืน

film

ภาพยนตร์

stereo-installatie

เครื่องเสียงระบบไฮไฟ

sleutel

กุญแจ

krant

หนังสือพิมพ์

schilderij

จิตรกรรม

poster

โปสเตอร์

radio

วิทยุ

notitieboekje

สมุด

stofzuiger

เครื่องดูดฝุ่น

cactus

ตะบองเพชร

kaars

เทียนไข

keuken
ห้องครัว

koelkast
ตู้เย็น
microgolfoven
ไมโครเวฟ
keukenweegschaal
เครื่องชั่งน้ำหนักอาหาร
broodrooster
เครื่องปิ้งขนมปัง
afwasmiddel
ผงซักฟอก
oven
เตาอบ
vriesvak
ช่องแข็งในตู้เย็น
vuilnisbak
ถังขยะ
vaatwasmachine
เครื่องล้างจาน

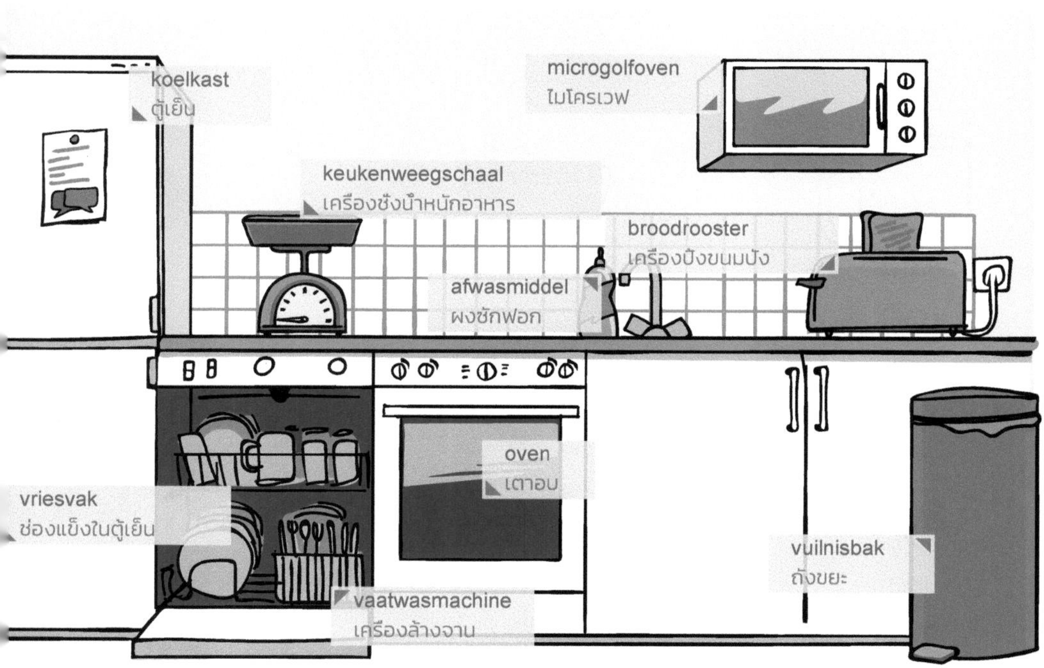

fornuis

เตาปรุงอาหาร

pot

หม้อ

gietijzeren pot

หม้อเหล็กหล่อ

wok / kadai

กระทะจีน

pan

กระทะ

waterkoker

กาต้มน้ำ

stoomkoker
หม้อไอน้ำ

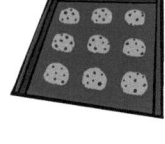

bakplaat
ถาดอบ

servies
เครื่องถ้วยชาม

mok
เหยือก

kom
ชาม

eetstokjes
ตะเกียบ

pollepel
ทัพพีด้ามยาว

spatel
ตะหลิว

garde
ที่ตีไข่

vergiet
ที่กรอง

zeef
กระชอน

rasp
ที่ขูด

mortier
ครก

barbecue
บาร์บีคิว

haardvuur
แคมป์ไฟถาวร

snijplank
เขียง

deegrol
ไม้นวดแป้ง

kurkentrekker
สว่านเปิดจุกขวด

blik
กระป๋อง

blikopener
ที่เปิดกระป๋อง

pannenlap
ถุงมือจับของร้อน

gootsteen
อ่างล้างจาน

borstel
แปรง

spons
ฟองน้ำ

blender
เครื่องปั่น

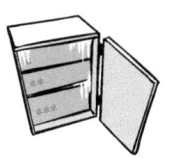

vriezer
ตู้แช่แข็ง

papfles
ขวดนม

kraan
ก๊อกน้ำ

badkamer
ห้องน้ำ

verwarming
เครื่องทำความร้อน
douche
ฝักบัว
handdoek
ผ้าเช็ดมือ
douchegordijn
ม่านห้องน้ำ
bubbelbad
สบู่ทำฟอง
badkuip
อ่างอาบน้ำ
glas
แก้วน้ำ
wasmachine
เครื่องซักผ้า
kraan
ก๊อกน้ำ
tegels
กระเบื้อง
kinderpo
โถส้วมสำหรับเด็ก
gootsteen
อ่างล้างจาน

toilet
ห้องส้วม

hurktoilet
ส้วมนั่งยอง

bidet
โถปัสสาวะหญิง

urinoir
โถปัสสาวะชาย

toiletpapier
กระดาษชำระสำหรับใช้ในห้องน้ำ

toiletborstel
แปรงขัดห้องน้ำ

tandenborstel

แปรงสีฟัน

tandpasta

ยาสีฟัน

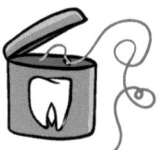

flosdraad

ไหมขัดฟัน

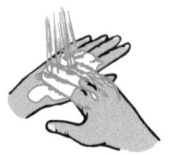

wassen

ล้าง

handdouche

ฝักบัวมือ

bidethanddouche

สายฉีดชำระ

waskom

อ่างล้างหน้า

rugborstel

แปรงถูหลัง

zeep

สบู่

douchegel

เจลอาบน้ำ

shampoo

แชมพู

washandje

ผ้าสักหลาด

afvoer

ท่อระบายน้ำทิ้ง

crème

ครีม

deodorant

ผลิตภัณฑ์ระงับกลิ่นตัว

spiegel

กระจก

handspiegel

กระจกถือ

scheermes

ที่โกนหนวด

scheerschuim

โฟมโกนหนวด

aftershave

โลชั่นบำรุงผิวหลังโกนหนวด

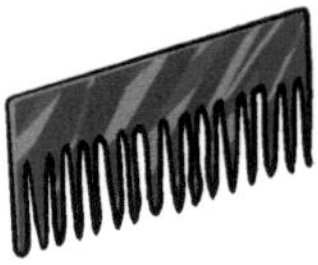

kam

หวี

borstel

แปรง

haardroger

ไดร์เป่าผม

haarlak

สเปรย์ฉีดผม

make-up

ชุดเครื่องสำอาง

lippenstift

ลิปสติก

nagellak

น้ำยาทาเล็บ

watten

สำลี

nagelknipper

กรรไกรตัดเล็บ

parfum

น้ำหอม

toilettas

กระเป๋าอาบน้ำ

kruk

เก้าอี้สามขา

weegschaal

เครื่องชั่งน้ำหนัก

badjas

เสื้อคลุมอาบน้ำ

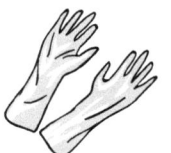

latex handschoenen

ถุงมือยาง

tampon

ผ้าอนามัยแบบสอด

maandverband

ผ้าอนามัย

chemisch toilet

ส้วมเคมี

kinderkamer
ห้องพักสำหรับเด็ก

wekker
นาฬิกาปลุก
knuffel
ของเล่นน่ารักน่ากอด
speelgoedauto
รถยนต์ของเล่น
rammelaar
ของเล่นประเภทเขย่าแล้วมีเสียง
poppenhuis
บ้านตุ๊กตา
geschenk
ของขวัญ

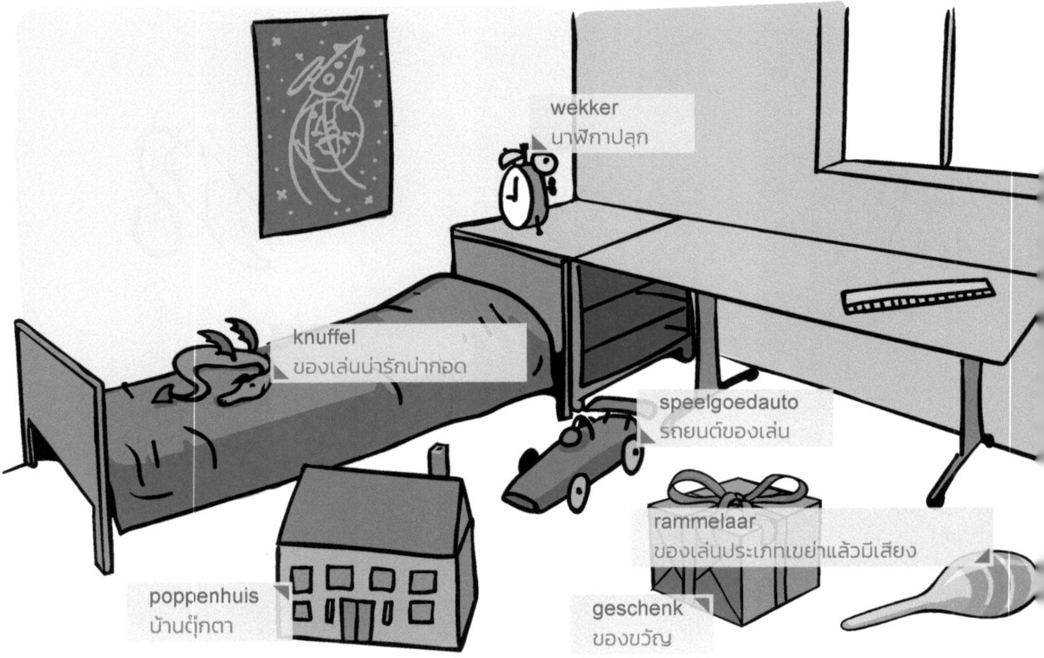

ballon

ลูกโป่ง

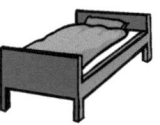

bed

เตียง

kinderwagen

รถเข็นเด็ก

spel kaarten

สำรับไพ่

puzzel

จิ๊กซอว์

stripboek

หนังสือการ์ตูน

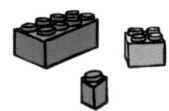

legoblokjes

ตัวต่อเลโก้

blokken

บล็อกของเล่น

actiefiguur

ฟิกเกอร์แบบขยับท่าทางได้

kruippakje

เสื้อผ้าทารก

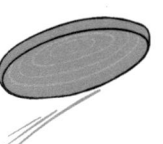

frisbee

จานร่อน

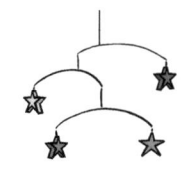

mobiel

โมบายแขวนหัวเตียงเด็ก

bordspel

เกมกระดาน

dobbelsteen

ลูกเต๋า

modelspoorweg

ชุดรถไฟจำลอง

fopspeen

หุ่น

feest

ปาร์ตี้

prentenboek

หนังสือภาพ

bal

ลูกบอล

pop

ตุ๊กตา

spelen

เล่น

zandbak
หลุมทราย

schommel
ชิงช้า

speelgoed
ของเล่น

spelconsole
เครื่องเล่นวิดีโอเกม

driewieler
รถจักรยานสามล้อ

knuffelbeer
ตุ๊กตาหมี

kleerkast
ตู้เสื้อผ้า

kleding
เสื้อผ้า

sokken
ถุงเท้า

kousen
ถุงน่อง

maillot
กางเกงรัดรูป

sjaal
ผ้าพันคอ
paraplu
ร่ม
T-shirt
เสื้อยืดคอกลม
riem
เข็มขัด
laarzen
ร้องเท้าบูท
slippers
รองเท้าสวมเดินในบ้าน
sneakers
รองเท้ากีฬา

sandalen

รองเท้าแตะ

schoenen

รองเท้า

rubberlaarzen

ร้องเท้าบูทยาง

onderbroek

กางเกงชั้นใน

beha

ยกทรง

onderhemd

เสื้อกล้าม

kleding - เสื้อผ้า 45

lichaam
เสื้อรัดรูป

broek
กางเกงขายาว

jeans
กางเกงยีน

rok
กระโปรง

blouse
เสื้อเชิ้ตสตรี

hemd
เสื้อเชิ้ต

trui
เสื้อกันหนาว

capuchontrui
เสื้อคลุมมีหมวก

blazer
เสื้อเบลเซอร์

jas
เสื้อแจ็กเก็ต

jas
เสื้อโค้ท

regenjas
เสื้อกันฝน

kostuum
เครื่องแต่งกาย

jurk
ชุดเดรส

trouwjurk
ชุดแต่งงาน

pak

เสือสูท

nachthemd

ชุดราตรี

pyjama

ชุดนอน

sari

ผ้าส่าหรี

hoofddoek

ฮิญาบ

tulband

ผ้าโพกศรีษะ

boerka

เสือบุรเกาะ

kaftan

เสือคลุมคาฟตาน

abaya

เสือคลุมอบายะห์

badpak

ชุดว่ายน้ำ

zwembroek

กางเกงว่ายน้ำ

short

กางเกงขาสั้น

trainingspak

ชุดวอร์ม

schort

ผ้ากันเปือน

handschoenen

ถุงมือ

knoop

กระดุม

bril

แว่นตา

armband

กำไลข้อมือ

ketting

สร้อยคอ

ring

แหวน

oorbel

ต่างหู

pet

หมวกแก๊ป

kapstok

ที่แขวนเสื้อโค้ท

hoed

หมวกปีกกว้าง

das

เนคไท

rits

ซิป

helm

หมวกกันน็อก

bretellen

สายโยงกางเกง

schooluniform

ชุดนักเรียน

uniform

เครืองแบบ

slabbetje

ผ้ากันเปื้อนเด็ก

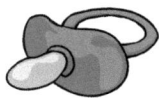

fopspeen

หุ่น

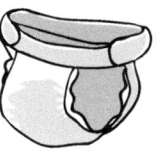

luier

ผ้าอ้อม

kantoor
สำนักงาน

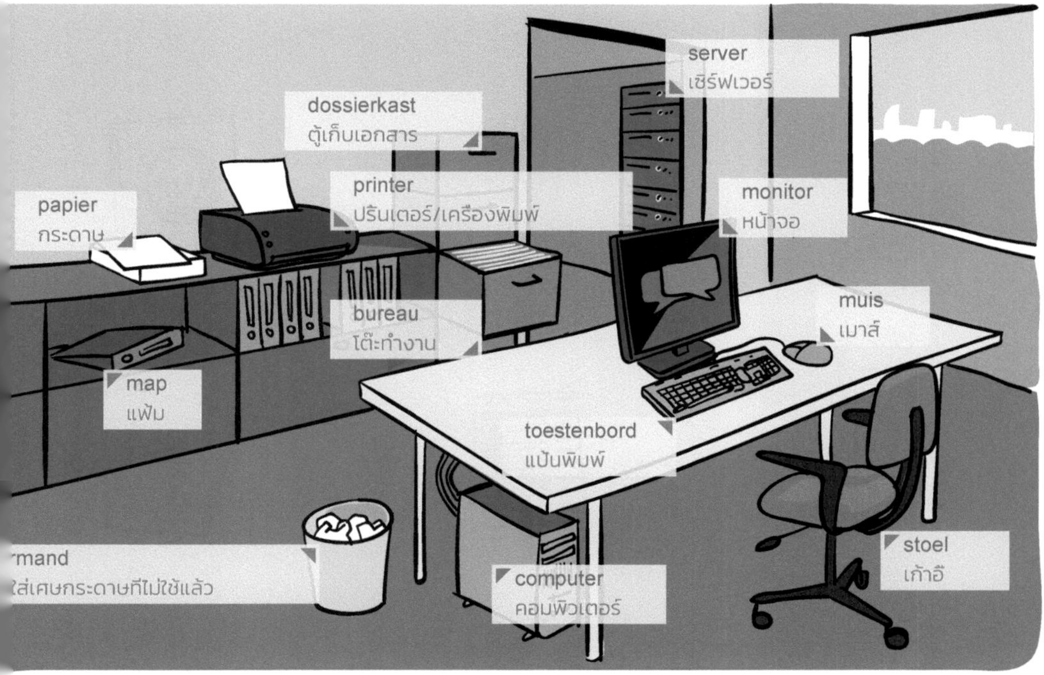

server
เซิร์ฟเวอร์

dossierkast
ตู้เก็บเอกสาร

printer
ปริ้นเตอร์/เครื่องพิมพ์

monitor
หน้าจอ

papier
กระดาษ

bureau
โต๊ะทำงาน

muis
เมาส์

map
แฟ้ม

toestenbord
แป้นพิมพ์

mand
ใส่เศษกระดาษที่ไม่ใช้แล้ว

stoel
เก้าอี้

computer
คอมพิวเตอร์

koffiemok

แก้วมัคใส่กาแฟ

rekenmachine

เครื่องคิดเลข

internet

อินเตอร์เน็ต

laptop

คอมพิวเตอร์แบบพกพา

brief

จดหมาย

bericht

ข้อความ

gsm

โทรศัพท์มือถือ

netwerk

เครือข่าย

kopieerapparaat

เครื่องถ่ายเอกสาร

software

ซอฟต์แวร์

telefoon

โทรศัพท์

stopcontact

ปลั๊กตัวเมีย/เต้าเสียบ

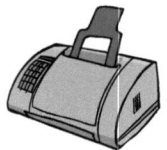

fax

เครื่องแฟกซ์

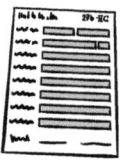

formulier

แบบฟอร์ม

document

เอกสาร

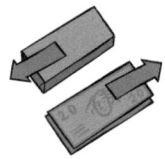

kopen

ซื้อ

betalen

จ่าย

handelen

แลกเปลี่ยน

geld

เงิน

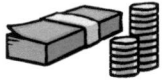

dollar

ดอลลาร์

euro

ยูโร

yen

เยน

roebel

รูเบิล

Zwitserse frank

ฟรังก์สวิส

Chinese renminbi

หยวนเหรินหมินปี้

roepie

รูปี

geldautomaat

เครื่องสำหรับกดเงินสดจากธนาคาร

wisselkantoor

สำนักงานแลกเปลี่ยนเงินตรา

goud

ทอง

zilver

เงิน

olie

น้ำมัน

energie

พลังงาน

prijs

ราคา

contract

สัญญา

belasting

ภาษี

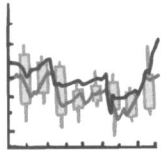

aandeel

หุ้น

werken

ทำงาน

werknemer

ลูกจ้าง

werkgever

นายจ้าง

fabriek

โรงงาน

winkel

ร้านค้า

beroepen
อาชีพ

เจ้าหน้าที่ตำรวจ
brandweerman
พนักงานดับเพลิง
kok
พ่อครัว
dokter
หมอ
piloot
นักบิน

tuinman
ชาวสวน

timmerman
ช่างไม้

naaister
ช่างเย็บผ้าที่เป็นผู้หญิง

rechter
ผู้พิพากษา

chemicus
นักเคมี

acteur
นักแสดงชาย

buschauffeur

คนขับรถประจำทาง

taxichauffeur

คนขับรถแท็กซี่

visser

ชาวประมง

schoonmaakster

แม่บ้านทำความสะอาด

dakdekker

ช่างมุงหลังคา

ober

บริกรชาย

jager

นายพราน

schilder

จิตรกร

bakker

คนทำขนมปัง

elektricien

ช่างไฟฟ้า

bouwvakker

ช่างก่อสร้าง

ingenieur

วิศวกร

slager

คนขายเนื้อ

loodgieter

ช่างประปา

postbode

บุรุษไปรษณีย์

soldaat

ทหาร

architect

สถาปนิก

kassier

พนักงานจ่ายเงิน

bloemist

คนขายดอกไม้

kapper

ช่างทำผม

conducteur

พนักงานตรวจตั๋ว

mecanicien

ช่างซ่อมรถยนต์

kapitein

กัปตัน

tandarts

ทันตแพทย์

wetenschapper

นักวิทยาศาสตร์

rabbijn

แรบไบ

imam

อิหม่าม

monnik

พระ

geestelijke

พระ/นักบวช

werktuigen
เครื่องมือ

tang
คีม
schroevendraaier
schroefsleutel
ประแจ
zaklamp
ไฟฉาย

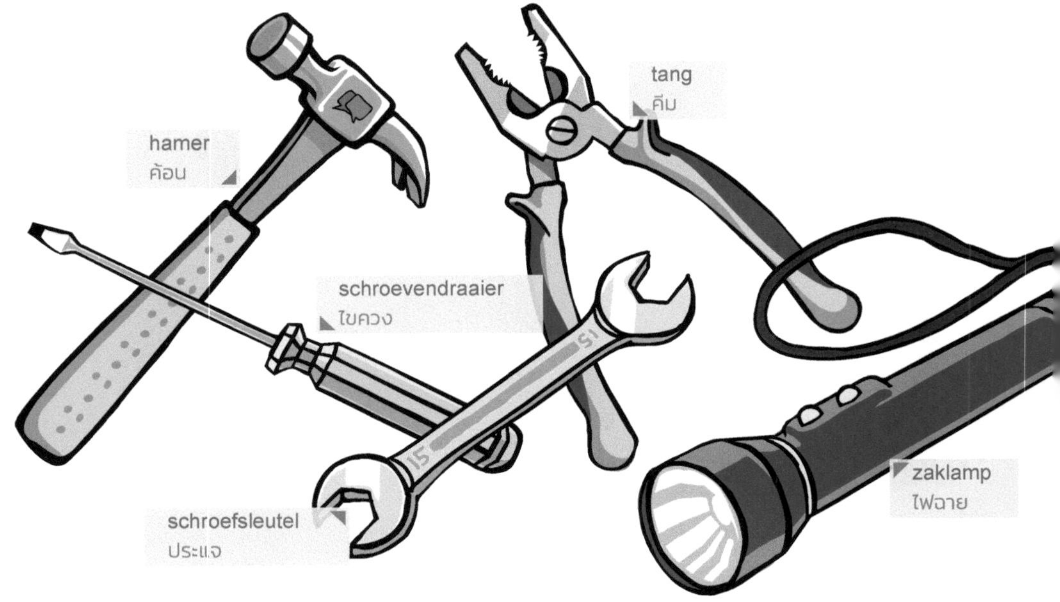

graafmachine

เครื่องขุด

gereedschapskoffer

กล่องเครื่องมือ

ladder

กระได

zaag

เลื่อย

spijkers

ตะปู

boormachine

สว่าน

repareren

ซ่อมแซม

schop

พลั่ว

Verdomme!

ตายห่า!

blik

ที่โกยขยะ

verfpot

ถังสี

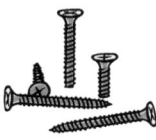

schroeven

สกรู

muziekinstrumenten
เครื่องดนตรี

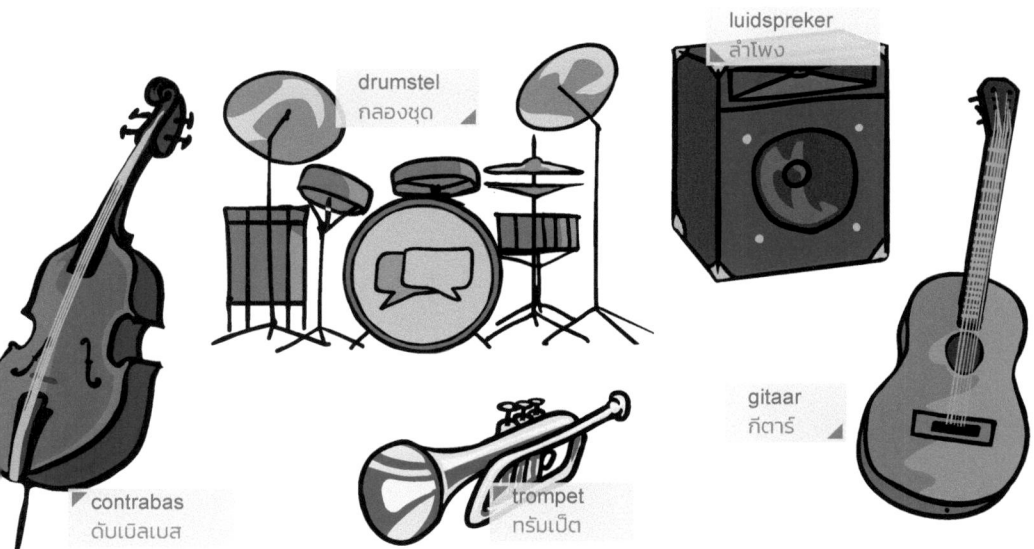

drumstel
กลองชุด

luidspreker
ลำโพง

gitaar
กีตาร์

contrabas
ดับเบิลเบส

trompet
ทรัมเป็ต

piano

เปียโน

viool

ไวโอลิน

basgitaar

เบส

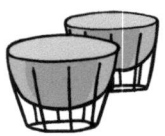

pauk

กลองทิมปานี

trommels

กลอง

keyboard

คีย์บอร์ด

saxofoon

แซ็กโซโฟน

fluit

ฟลูต

microfoon

ไมโครโฟน

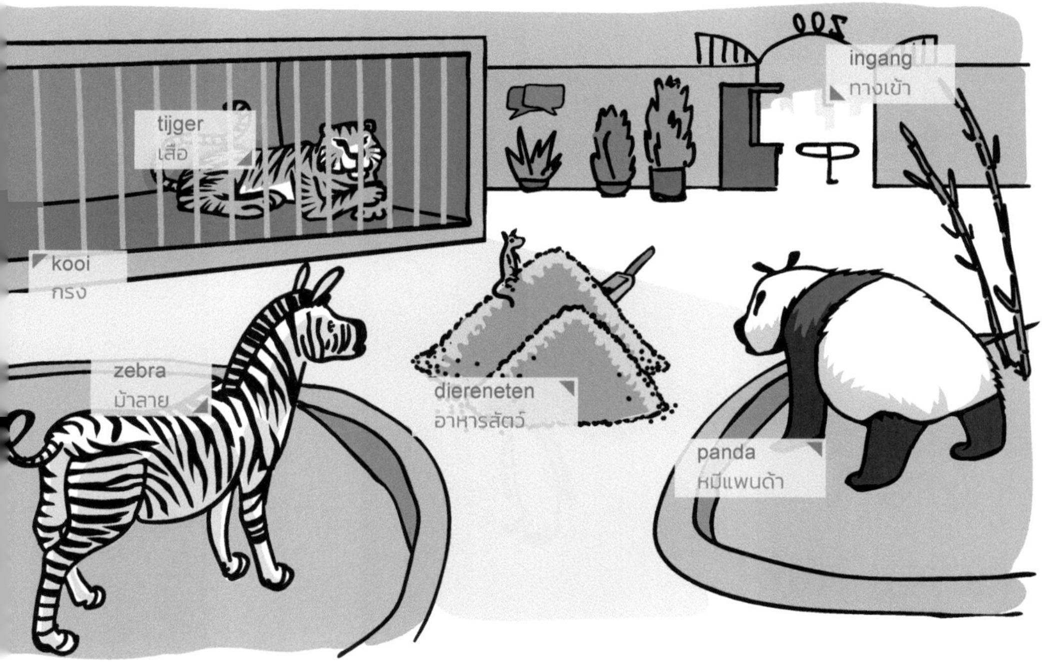

ingang
ทางเข้า

tijger
เสือ

kooi
กรง

zebra
ม้าลาย

diereneten
อาหารสัตว์

panda
หมีแพนด้า

dieren

สัตว์

olifant

ช้าง

kangoeroe

จิงโจ้

neushoorn

แรด

gorilla

กอริลล่า

beer

หมี

kameel

อูฐ

struisvogel

นกกระจอกเทศ

leeuw

สิงโต

aap

ลิง

flamingo

นกฟลามิงโก

papegaai

นกแก้ว

ijsbeer

หมีขั้วโลก

pinguïn

เพนกวิน

haai

ฉลาม

pauw

นกยูง

slang

งู

krokodil

จระเข้

dierenverzorger

ผู้ดูแลสัตว์

zeehond

แมวน้ำ

jaguar

เสือจากัวร์

pony

ม้าพันธุ์เล็ก

luipaard

เสือดาว

nijlpaard

ฮิปโป

giraffe

ยีราฟ

adelaar

เหยียว

wild zwijn

หมูป่าตัวผู้

vis

ปลา

zeeschildpad

เต่า

walrus

ช้างน้ำ

vos

จิ้งจอก

gazelle

กาเซลล์

sporten
กีฬา

rugby
อเมริกันฟุตบอล
wielrennen
ขี่จักรยาน
tennis
เทนนิส
basketbal
บาสเกตบอล
zwemmen
ว่ายน้ำ
ijshockey
ฮอคกี้น้ำแข็ง
boksen
มวย

voetbal

ฟุตบอล

badminton

แบดมินตัน

atletiek

กรีฑา

handbal

แฮนด์บอล

skiën

สกี

polo

กีฬาโปโลน้ำ

activiteiten
กิจกรรม

lachen
springen
กระโดด
knuffelen
กอด
wandelen
เดิน
zingen
ร้องเพลง
dromen
ฝัน
bidden
ภาวนา/สวดมนต์
kussen
จูบ

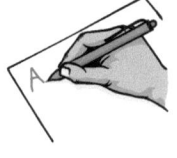

schrijven

เขียน

tekenen

วาดภาพ

tonen

แสดง

duwen

ผลัก

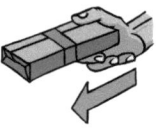

geven

ให้

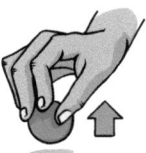

nemen

เอาไป

hebben

มี

doen

ทำ

zijn

เป็น

staan

ยืน

lopen

วิ่ง

trekken

ดึง

gooien

โยน

vallen

ตก/หล่น

liggen

นอนเหยียดยาว

wachten

รอคอย

dragen

ถือ

zitten

นั่ง

aankleden

แต่งตัว

slapen

นอนหลับ

ontwaken

ตื่น

kijken naar

มองดู

wenen

ร้องไห้

aaien

ลูบ

kammen

หวีผม

praten

พูดคุย

begrijpen

เข้าใจ

vragen

ถาม

luisteren

ฟัง

drinken

ดื่ม

eten

กิน

opruimen

จัดให้เป็นระเบียบ

houden van

รัก

koken

ทำอาหาร

rijden

ขับรถ

vliegen

บิน

zeilen

ล่องเรือ

rekenen

คำนวณ

Lezen

อ่าน

leren

เรียนรู้

werken

ทำงาน

trouwen

แต่งงาน

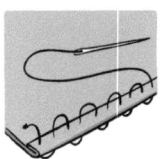

naaien

เย็บ

tandenpoetsen

แปรงฟัน

doden

ฆ่า

roken

สูบบุหรี่

sturen

ส่ง

familie

ครอบครัว

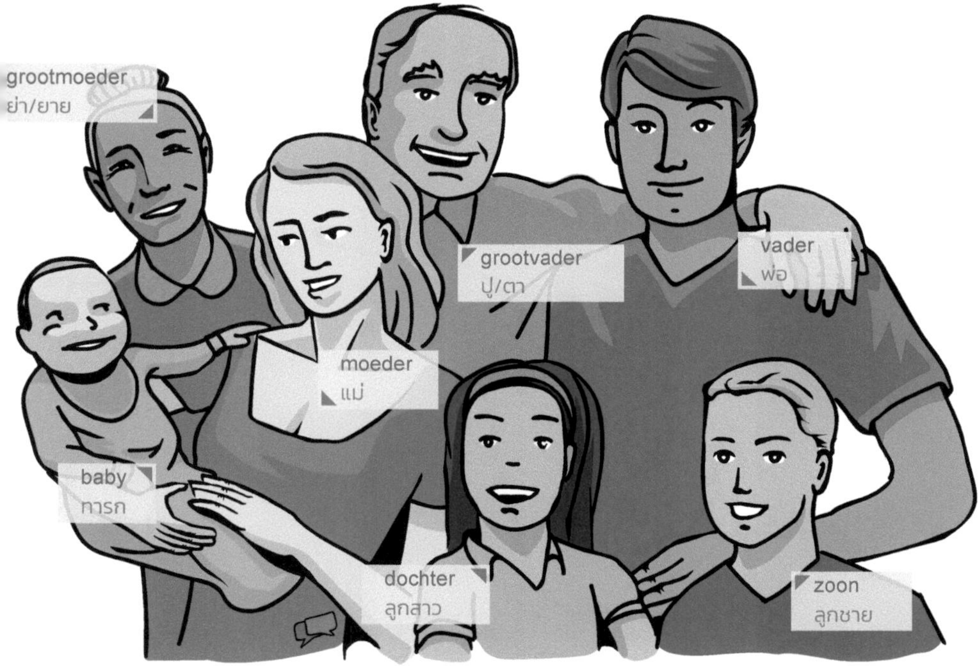

grootmoeder
ย่า/ยาย
grootvader
ปู่/ตา
vader
พ่อ
moeder
แม่
baby
ทารก
dochter
ลูกสาว
zoon
ลูกชาย

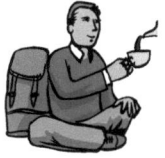

gast

แขก

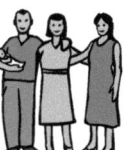

tante

ป้า

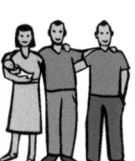

oom

ลุง

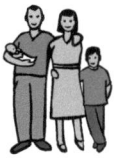

broer

พี่ชาย/น้องชาย

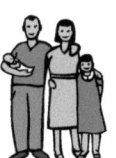

zus

พี่สาว/น้องสาว

lichaam
ร่างกาย

voorhoofd
หน้าผาก
oog
ตา
schouder
ไหล่
vinger
นิ้วมือ
gezicht
ใบหน้า
kin
คาง
hand
มือ
borst
หน้าอก
been
ขา
arm
แขน

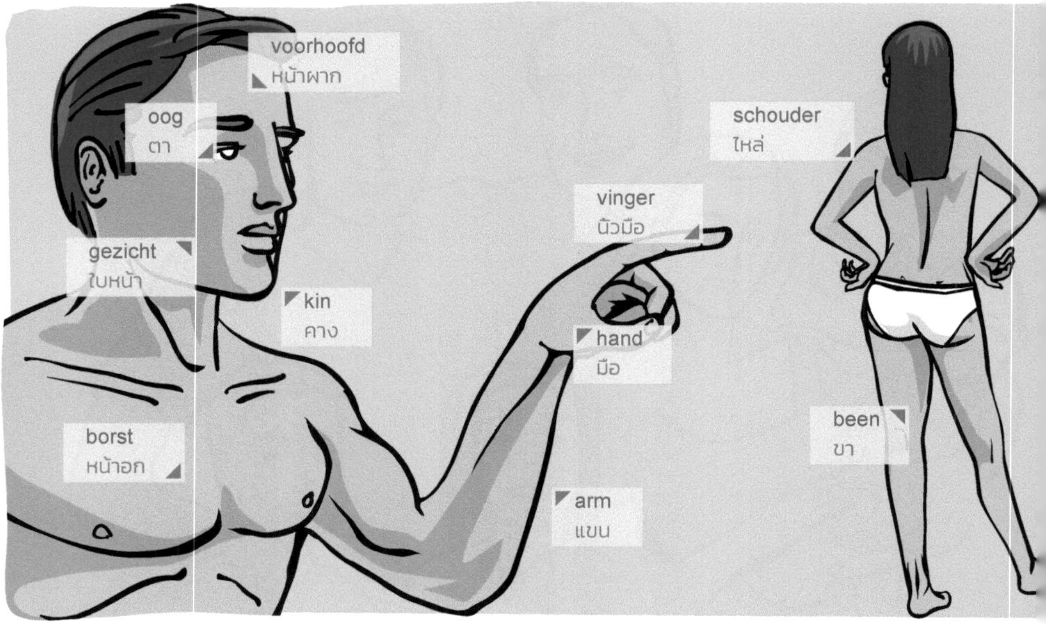

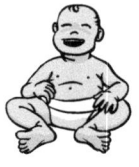

baby
ทารก

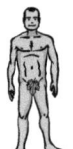

man
ผู้ชาย

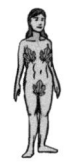

vrouw
ผู้หญิง

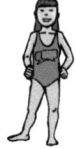

meisje
เด็กผู้หญิง

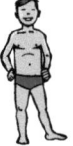

jongen
เด็กผู้ชาย

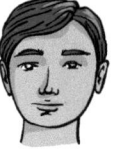

hoofd
ศีรษะ

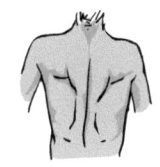

rug

หลัง

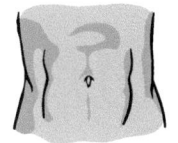

buik

ท้อง

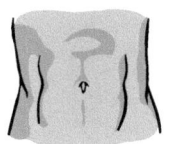

navel

สะดือ

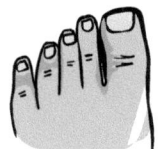

teen

นิ้วเท้า

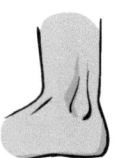

hiel

ส้นเท้า

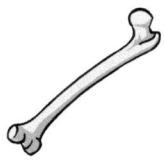

bot

กระดูก

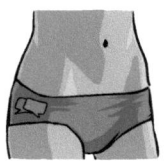

heup

สะโพก

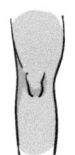

knie

หัวเข่า

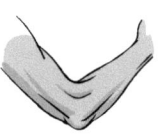

elleboog

ข้อศอก

neus

จมูก

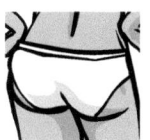

zitvlak

ก้น

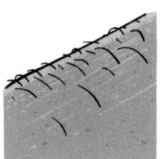

huid

ผิวหนัง

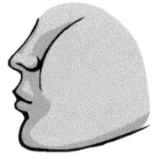

wang

แก้ม

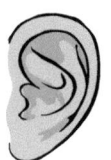

oor

หู

lip

ริมฝีปาก

mond

ปาก

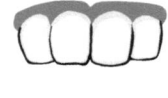

tand

ฟัน

tong

ลิ้น

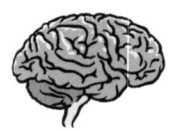

hersenen

สมอง

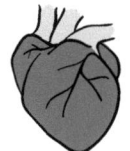

hart

หัวใจ

spier

กล้ามเนื้อ

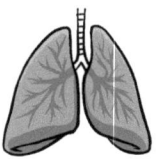

long

ปอด

lever

ตับ

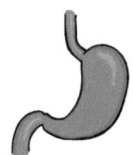

maag

กระเพาะ

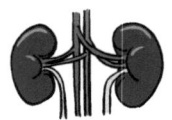

nieren

ไต

seks

เพศสัมพันธ์

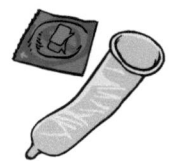

condoom

ถุงยาง

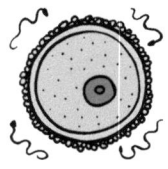

eicel

เซลล์ไข่

sperma

น้ำอสุจิ

zwangerschap

การตั้งครรภ์

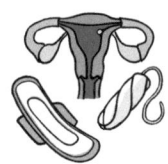

menstruatie
....
ประจำเดือน

vagina
....
ช่องคลอด

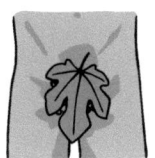

penis
....
องคชาต

wenkbrauw
....
คิ้ว

haar
....
เส้นผม

nek
....
คอ

ziekenhuis
โรงพยาบาล

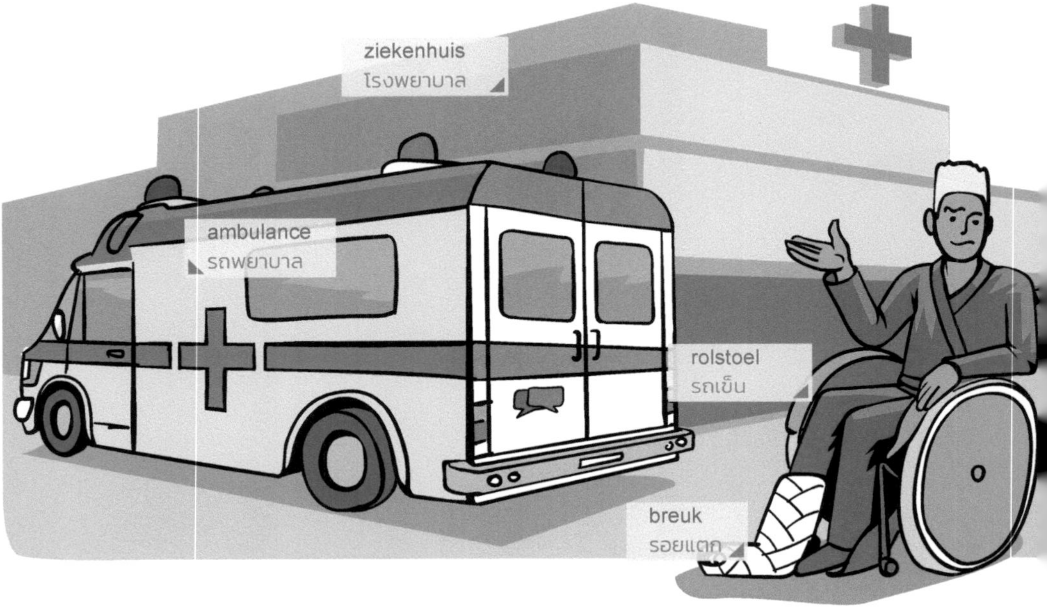

โรงพยาบาล
ambulance
รถพยาบาล
rolstoel
รถเข็น
breuk
รอยแตก

dokter
หมอ

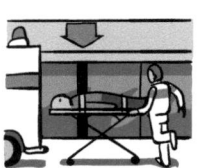

spoed
ห้องฉุกเฉิน

verpleegkundige
พยาบาล

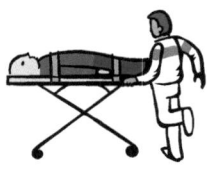

noodgeval
ฉุกเฉิน

bewusteloos
หมดสติ

pijn
อาการเจ็บปวด

verwonding

การบาดเจ็บ

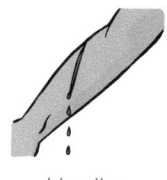

bloeding

เลือดไหล

hartaanval

หัวใจวาย

beroerte

โรคหลอดเลือดในสมอง

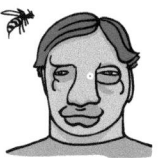

allergie

โรคภูมิแพ้

hoest

ไอ

koorts

ไข้

griep

ไข้หวัด

diarree

ท้องเสีย

hoofdpijn

การปวดหัว

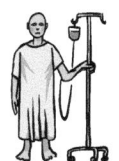

kanker

มะเร็ง

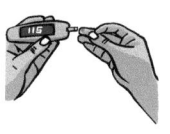

diabetes

โรคเบาหวาน

chirurg

ศัลยแพทย์

scalpel

มีดผ่าตัด

operatie

การผ่าตัด

CT

เครื่องเอกซเรย์คอมพิวเตอร์ควา
มเร็วสูง

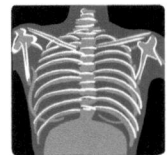

röntgenstraal

เอกซเรย์

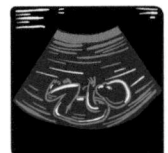

ultrageluid

อัลตราซาวด์

gezichtsmasker

หน้ากากอนามัย

ziekte

โรค

wachtkamer

ห้องรอตรวจ

kruk

ไม้เท้า

pleister

ปลาสเตอร์ยา

verband

ผ้าพันแผล

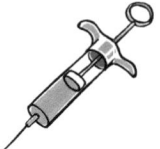

injectie

ฉีดยา

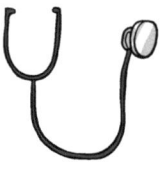

stethoscoop

เครื่องฟังตรวจ

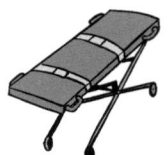

brancard

เปลหาม

thermometer

ปรอทวัดไข้

geboorte

การเกิด

overgewicht

น้ำหนักเกิน

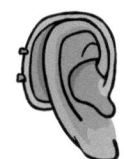

hoorapparaat
เครื่องช่วยฟัง

ontsmettingsmiddel
สารฆ่าเชื้อ

infectie
การติดเชื้อ

virus
ไวรัส

HIV / AIDS
เอชไอวี/เอดส์

medicijn
ยา

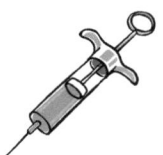

vaccinatie
การฉีดวัคซีน

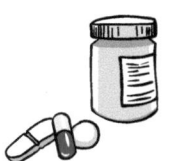

tabletten
ยาเม็ด

pil
ยาเม็ดกลม

noodoproep
โทรออกฉุกเฉิน

bloeddrukmeter
เครื่องวัดความดันโลหิต

ziek / gezond
ป่วย/ สุขภาพดี

noodgeval
ฉุกเฉิน

Help!

ช่วยด้วย!

alarm

สัญญาณเตือนภัย

overval

การทำร้าย

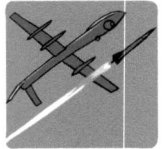

aanval

การโจมตี

gevaar

อันตราย

nooduitgang

ทางออกฉุกเฉิน

Brand!

ไฟไหม้!

brandblusser

ถังดับเพลิง

ongeval

อุบัติเหตุ

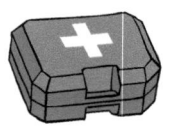

EHBO-kit

ชุดปฐมพยาบาลเบื้องต้น

SOS

สัญญาณขอความช่วยเหลือ

politie

ตำรวจ

aarde
โลก

Europa

ยุโรป

Noord-Amerika

อเมริกาเหนือ

Zuid-Amerika

อเมริกาใต้

Afrika

แอฟริกา

Azië

เอเชีย

Australië

ออสเตรเลีย

Atlantische Oceaan

แอตแลนติก

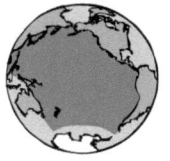

Stille Oceaan

แปซิฟิก

Indische Oceaan

มหาสมุทรอินเดีย

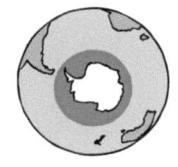

Antarctische Oceaan

มหาสมุทรแอนตาร์กติก

Arctische Oceaan

มหาสมุทรอาร์กติก

Noordpool

ขั้วโลกเหนือ

Zuidpool

ขั้วโลกใต้

Antarctica

แอนตาร์กติกา

aarde

โลก

land

พื้นดิน

zee

ทะเล

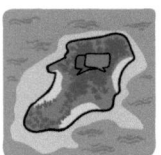

eiland

เกาะ

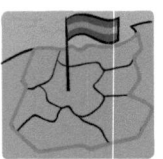

natie

ชาติ/ประชาชาติ

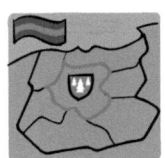

staat

รัฐ

klok
นาฬิกา

wijzerplaat

หน้าปัดนาฬิกา

uurwijzer

เข็มชั่วโมง

minuutwijzer

เข็มนาที

secondewijzer

เข็มวินาที

Hoe laat is het?

กี่โมงแล้ว?

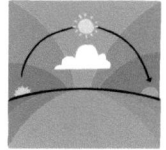

dag

วัน

tijd

เวลา

nu

ตอนนี้

digitale horloge

นาฬิกาดิจิตอล

minuut

นาที

uur

ชั่วโมง

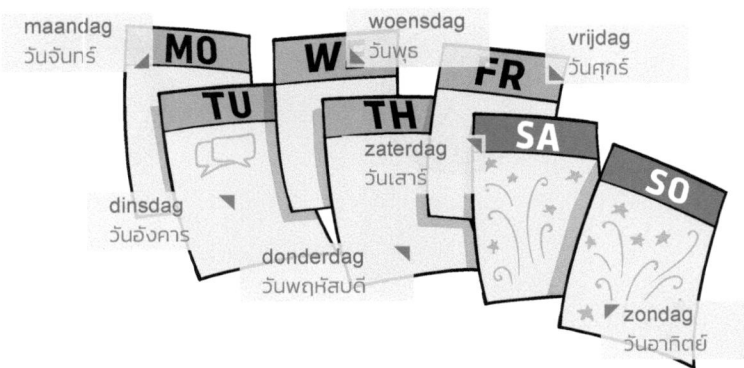

week

สัปดาห์

W
maandag
วันจันทร์
dinsdag
วันอังคาร
woensdag
วันพุธ
donderdag
วันพฤหัสบดี
vrijdag
วันศุกร์
zaterdag
วันเสาร์
zondag
วันอาทิตย์

gisteren

เมื่อวาน

vandaag

วันนี้

morgen

พรุ่งนี้

ochtend

ตอนเช้า

middag

ตอนเที่ยง

avond

ตอนเย็น

werkdagen

วันทำการ

weekend

วันสุดสัปดาห์

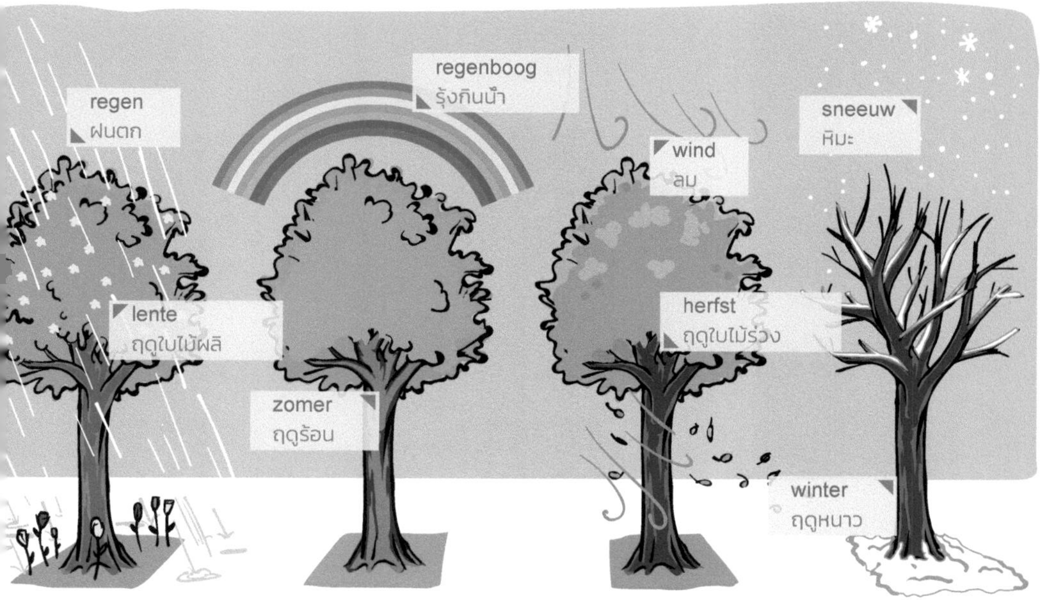

regen
ฝนตก
regenboog
รุ้งกินน้ำ
wind
ลม
sneeuw
หิมะ
lente
ฤดูใบไม้ผลิ
zomer
ฤดูร้อน
herfst
ฤดูใบไม้ร่วง
winter
ฤดูหนาว

4.APRIL 11°
5.APRIL 4°
6.APRIL 13°
7.APRIL 8°
8.APRIL 10°

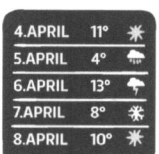

weervoorspelling

การพยากรณ์อากาศ

F
C
120
90
60
30
0
-30
40
30
20
10
0
-10
-20

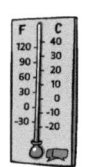

thermometer

เครื่องวัดอุณหภูมิ

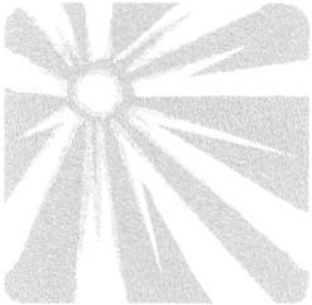

zonneschijn

แสงแดด

wolk

ก้อนเมฆ

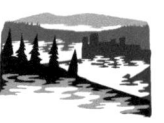

mist

หมอก

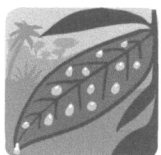

vochtigheid

ความชื้น

bliksem

ฟ้าแลบ/ฟ้าผ่า

donder

ฟ้าร้อง

storm

พายุ

hagel

ลูกเห็บ

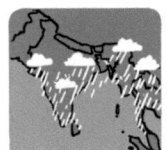

moesson

ลมมรสุม

overstroming

น้ำท่วม

ijs

น้ำแข็ง

januari

มกราคม

februari

กุมภาพันธ์

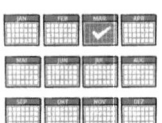

maart

มีนาคม

april

เมษายน

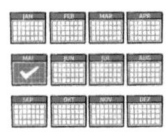

mei

พฤษภาคม

juni

มิถุนายน

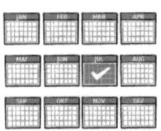

juli

กรกฎาคม

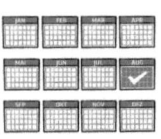

augustus

สิงหาคม

september

 กันยายน

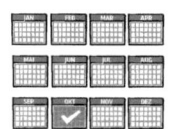

oktober

ตุลาคม

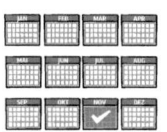

november

พฤศจิกายน

december

ธันวาคม

vormen
รูปร่าง

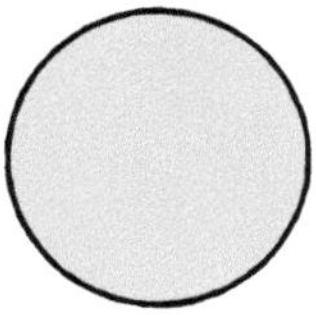

cirkel

วงกลม

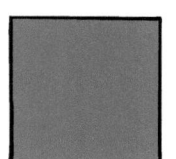

kwadraat

สี่เหลี่ยม

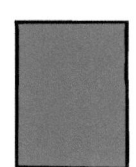

rechthoek

สี่เหลี่ยมผืนผ้า

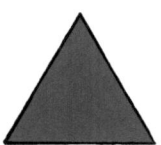

driehoek

สามเหลี่ยม

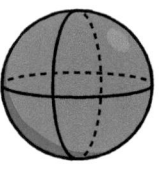

bol

ทรงกลม

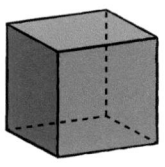

kubus

ลูกบาศก์

kleuren

สี

wit

ขาว

geel

เหลือง

oranje

ส้ม

roze

ชมพู

rood

แดง

paars

ม่วง

blauw

ฟ้า

groen

เขียว

bruin

น้ำตาล

grijs

เทา

zwart

ดำ

veel / weinig

มาก/ น้อย

boos / kalm

ฉุนเฉียว/ สงบ

mooi / lelijk

สวยงาม/ น่าเกลียด

begin / einde

เริ่มต้น/ จบ

groot / klein

ใหญ่/ เล็ก

licht / donker

สว่าง/ มืด

broer / zus

ชาย,พี่ชาย/ น้องสาว,พี่สาว

proper / vuil

สะอาด/ สกปรก

volledig / onvolledig

สมบูรณ์/ ไม่สมบูรณ์

dag / nacht

กลางวัน/ กลางคืน

dood / levend

ตาย/ มีชีวิต

breed / smal

กว้าง/ แคบ

eetbaar / oneetbaar

กินได้/ กินไม่ได้

kwaadaardig / vriendelijk

ชั่วร้าย/ ใจดี

opgewonden / verveeld

น่าตื่นเต้น/ น่าเบื่อ

dik / dun

อ้วน/ ผอม

eerst / laatst

อย่างแรก/ สุดท้าย

vriend / vijand

เพื่อน/ ศัตรู

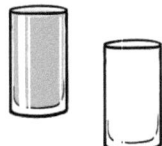

vol / leeg

เต็ม/ ว่างเปล่า

hard / zacht

แข็ง/ นุ่ม

zwaar / licht

หนัก/ เบา

honger / dorst

หิว/ กระหายน้ำ

ziek / gezond

ป่วย/ สุขภาพดี

illegaal / legaal

ผิดกฎหมาย/ ถูกกฎหมาย

intelligent / dom

ฉลาด/ โง่

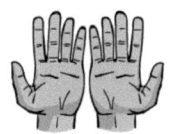

links / rechts

ซ้าย/ ขวา

dichtbij / veraf

ใกล้/ ไกล

nieuw / gebruikt

ใหม่/ ใช้แล้ว

niets / iets

ไม่มี/ บางสิ่งบางอย่าง

oud / jong

แก่/ หนุ่ม

aan / uit

เปิด/ปิด

open / dicht

เปิด/ ปิด

stil / luid

เงียบ/ ดัง

rijk / arm

รวย/ จน

juist / fout

ถูก/ ผิด

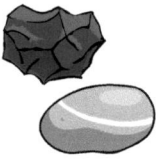

ruw / glad

ขรุขระ/ เรียบ

droevig / blij

เศร้า/ ดีใจ

kort / lang

สั้น/ ยาว

traag / snel

ช้า/ เร็ว

nat / droog

เปียก/ แห้ง

warm / koud

อบอุ่น/ หนาวเย็น

oorlog / vrede

สงคราม/ สันติภาพ

cijfers
เลข/จำนวน

0

nul

ศูนย์

1

één

หนึ่ง

2

twee

สอง

3

drie

สาม

4

vier

สี่

5

vijf

ห้า

6

zes

หก

7

zeven

เจ็ด

8

acht

แปด

9

negen

เก้า

10

tien

สิบ

11

elf

สิบเอ็ด

12

twaalf

สิบสอง

13

dertien

สิบสาม

14

veertien

สิบสี่

15

vijftien

สิบห้า

16

zestien

สิบหก

17

zeventien

สิบเจ็ด

18

achtien

สิบแปด

19

negentien

สิบเก้า

20

twintig

ยี่สิบ

100

honderd

หนึ่งร้อย

1.000

duizend

หนึ่งพัน

1.000.000

miljoen

หนึ่งล้าน

Talen

ภาษา

Engels

ภาษาอังกฤษ

Amerikaans Engels

ภาษาอังกฤษแบบอเมริกัน

Chinees (Mandarijn)

ภาษาจีนแมนดาริน

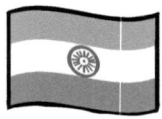

Hindi

ภาษาฮินดี

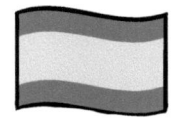

Spaans

ภาษาสเปน

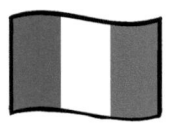

Frans

ภาษาฝรั่งเศส

Arabisch

ภาษาอาหรับ

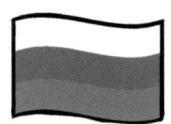

Russisch

ภาษารัสเซีย

Portugees

ภาษาโปรตุเกส

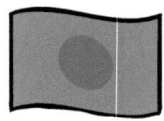

Bengali

ภาษาเบงกอล

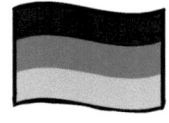

Duits

ภาษาเยอรมัน

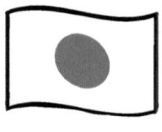

Japans

ภาษาญี่ปุ่น

ik

ฉัน

u

เธอ

hij / zij / het

เขา / หล่อน / มัน

wij

พวกเรา

u

พวกคุณ

ze

พวกเขา

wie?

ใคร?

wat?

อะไร?

hoe?

อย่างไร?

waar?

ที่ไหน?

wanneer?

เมื่อไหร่?

naam

ชื่อ

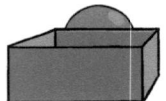

waar
ที่ไหน

achter

ข้างหลัง

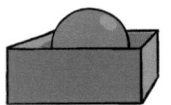

in

ใน

voor

ข้างหน้า

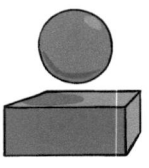

boven

เหนือ

op

บน

onder

ใต้

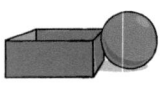

naast

ด้านข้าง

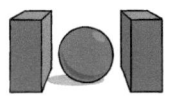

tussen

ระหว่าง

plaats

ตำแหน่ง